D1651967

अभिप्राय

इंद्रजित भालेराव याने उभा-आडवा महाराष्ट्र खणखणीत आवाजाने गाजवला. तसंच, त्याने काट्याकुट्याच्या रस्त्यातून बी. रघुनाथांच्या साहित्याची वाट दाखवली. तर कधी नांदापूरकरांचे समग्र वाङ्मय प्रकाशात आणताना भरपूर मदत केली. पीकपाणी जोशात असल्याने त्याने १८ पुस्तके लिहिली. शेतकऱ्यांच्या आत्महत्येवर त्याने 'टाहो' फोडला. एवढ्या लिखाणात तो शब्दांसाठी अडून बसला नाही. उलट त्याने पहिल्या संग्रहाला स्वत:चा शब्दकोश जोडला.

— प्रदीप निफाडकर

'लोकसत्ता, मंथन', ७ जानेवारी २००७

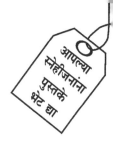

पीकपाणी

इंद्रजित भालेराव

मेहता पब्लिशिंग हाऊस

All rights reserved along with e-books & layout. No part of this publication may be reproduced, stored in a retrieval system or transmitted, in any form or by any means, without the prior written consent of the Publisher and the licence holder.
Please contact us at **Mehta Publishing House**, Pune 411030.
℃ +91 020-24476924 / 24460313
Email : production@mehtapublishinghouse.com
Website : www.mehtapublishinghouse.com

- या पुस्तकातील लेखकाची मते, घटना, वर्णने ही त्या लेखकाची असून त्याच्याशी प्रकाशक सहमत असतीलच असे नाही.

PIKPANI by INDRAJEET BHALERAO

पीकपाणी : इंद्रजित भालेराव / कवितासंग्रह

Email : author@mehtapublishinghouse.com

© सौ. गया भालेराव

प्रकाशक   : सुनील अनिल मेहता, मेहता पब्लिशिंग हाऊस,
               १९४१, सदाशिव पेठ, माडीवाले कॉलनी, पुणे – ३०.

मुखपृष्ठ   : मेहता पब्लिशिंग हाऊस

प्रकाशनकाल   : ऑगस्ट, १९८९ / जानेवारी, १९९५ / ऑगस्ट, १९९९ /
               ऑगस्ट, २००१ / पुनर्मुद्रण : मार्च, २०१८

P Book ISBN 9788177662061
E Book ISBN 9789387789470
E Books available on : play.google.com/store/books
                      www.amazon.in

डॉ. एस. एस. भोसले
डॉ. नागनाथ कोत्तापल्ले
हे पीक तुमच्याच
पाण्यावर वाढलंय

२३-१२-८९

पु. ल. देशपांडे
१, रूपाली
शिवाजीनगर,
पुणे ४११००४

प्रिय इंद्रजित भालेराव,

'पीकपाणी' हा तुमचा कवितासंग्रह वाचला. तुमच्या कवितांमधील ओळ न् ओळ आवडल्याचं कुठल्या शब्दांत लिहावं ते मला सुचेना. गायन उत्तम झालं असेल, तर ते संपल्यावर मैफलीत एकदम शांतता पसरते. मैफलींच्या परिभाषेत त्याला 'सन्नाटा' म्हणतात. मनाची अशी एक अवस्था होते, ज्या एका दुनियेत त्या सुरांनी आपल्याला नेलेले असते, तिथून बाहेर पडूच नये असे वाटते. तुमच्या कविता वाचत गेलो आणि असाच अवाक झालो. ग्रामीण काव्य, ग्रामीण साहित्य वगैरे प्रयोग साहित्याच्या जगात सतत होत असतात. पण मातीशी अशी एकरूपता, त्या अलैकिक भावावस्थेतून निर्माण झालेली अशी प्रतिमासृष्टी, भाषेचा असला अस्सलपणा, मातीशी गुंतलेल्या जीवांच्या सुख-दुःखाच्या क्षणांची नेमक्या शब्दांतून केलेली अभिव्यक्ती, हे सारं तुमच्या कवितांमधून अनुभवताना आपली सुखदुःखं चित्रमय ओव्यांतून फिरत्या जात्याला सांगणाऱ्या बहिणीबाईंची आणि त्याच कुळातल्या असंख्य अज्ञात बहिणींच्या ओव्यांची आठवण झाली.

तुमच्या रचनेतली सहजता आणि जिव्हाळ्याच्या बोलीभाषेत वाचकाशी साधला जाणारा संवाद यामुळे ही जाणीवपूर्वक केलेली काव्यरचना न

वाटता अनुभवाच्या बीजातून सहज फुललेल्या कोंभासारखी वाटते. तिला एक प्रकारचं स्वयंभूपण लाभलेलं आहे. प्रा. सुधीर रसाळ यांनी म्हटल्याप्रमाणे अंकुरासारखे ऊन-पाऊस-मातीच्या संयोगातून फुटावे तसे फुटलेले हे धुमारे प्रत्येक कवितेतून विखुरले आहेत. या अलग करून निवडायच्या प्रतिमा नसून, ती अखंड कविता हाच एक धुमारा आहे. संग्रहातल्या पहिल्या पाच कवितांतच तुम्ही पोटच्या पोरापेक्षा शेताला अधिक जपणाऱ्या शेतकरी बापाचं अगदी थोड्या ओळींत इतकं प्रभावी चित्र उभं केलं आहे की, जाणकारानं हे पाणी निराळंच आहे, हे पहिल्या सलामीतच ओळखावं. तुमचा संग्रह एखाद्या दीर्घ कवितेसारखा मी सलगपणाने वाचला. ग्रामीण जीवनात जन्मलेल्या त्या कविता वाचताना गुंतत गेलो आणि बहिणाबाईवरील तुमची कविता वाचताना डोळे कधी भरून आले, ते कळलंही नाही. बहिणाबाईला मऱ्हाटी कविकुलाची आधुनिक कुलस्वामिनी म्हणायला हवं- जनाई, मुक्ताईसारखीच. पाखरांच्या बोलीतून तिला शेताचं सुख-दुःख कळलं; त्यातून माणुसकी ठावी झाली, या सुरावर तुमची ही कविता संपली आणि बराच वेळ मनात झंकारत राहिली. असा झंकार तुमच्या कितीतरी कवितांनी मनात निर्माण केला. कविता वाचल्यावर यावीशी वाटणारी अशा प्रकारची अनुभूती अलीकडे दुर्मिळ झाली आहे.

एखाद्या रानातली ओळखीची आणि अनोळखी झाडे आणि वेली पाहत पाहत हिंडताना त्या रानानंच निरोपाचं गीत गाव, तशी तुमची शेवटची कविता आहे. हे एका मातीवर जिवापाड प्रेम करणाऱ्या आजच्या काळातल्या कवीनं मागितलेलं पसायदान आहे. 'सर्वेऽपि सुखिनः सन्तु' किंवा 'जो जे वांछिल तो ते लाहो', ही युगानुयुगे

चाललेली प्रार्थना ग्रामवधूचा वेष आणि आत्म्यातून उमटलेली भाषा घेऊन तुमच्या संग्रहात आली आहे आणि सांगता साधून गेली आहे.

मऱ्हाटी साहित्याला एक सुंदर लेणं तुम्ही दिलं आहे. तुमचे आभार आणि मनःपूर्वक अभिनंदन.

तुमचा

पु. ल. देशपांडे

मनोगत

१९८५ चा जून महिना. औरंगाबादच्या मराठवाडा विद्यापीठाचा परिसर. गोगाबाबाची उंच टेकडी. पश्चिमेच्या उंच कड्यावर खालची माती घासून प्रचंड दगडी शिळा थोड्या थोड्या आधारावर एकमेकीला रेलून उभ्या आहेत. खालून पाहिलं तर अंगावर कोसळतील की काय अशी भीती वाटावी. त्यावर मी बसलेला आहे. सायंकाळ होत आलेली. या सर्वोच्च ठिकाणावरून समोर संपूर्ण औरंगाबाद शहर पसरलेलं दिसत आहे. उजव्या हाताला देवगिरीच्या किल्ल्याचा एक बुरूज दिसतो आहे. पाठीमागं अदृश्य रूपात वेरूळच्या लेण्या अस्तित्वात आहेत. आणि डाव्या हाताला हर्सुलचा तलाव आणि प्रसिद्ध हर्सुल जेलची इमारत दिसत आहे. माझ्या लहानपणाची याच जेलमध्ये माझे वडील संशयित म्हणून डांबले गेले होते. तेव्हा आमचं घर आणि गावच उद्ध्वस्त झालं होतं. माझ्या मनात लहानपणाच्या आणि गावाच्या आठवणी जाग्या होत आहेत.

एम. ए. मराठी करण्यासाठी मी औरंगाबादला आलोय. गेल्या महिनाभरापासून वसतिगृह मिळावं म्हणून औरंगाबादेस बूड टेकवता यावं म्हणून मी सारखा मनावर ताण आणि उत्सुकता घेऊन वावरतो आहे. आज एकदाची वर्षभरासाठी हक्काची रूम वसतिगृहात मिळाली आहे आणि श्वास सोडून थोडासा मोकळा झालो आहे आणि आणखी मोकळा होण्यासाठी इथं दूर येऊन बसलो आहे. दूरदूरच्या खेड्यावरच्या वाटांनी गाईगुरं गावाकडं परतताना दिसत आहेत आणि माझ्याही मनात गावाकडच्या आठवणींचा धूळ गुलाल उडतो आहे. गाई-गुरं-शेत-शिवार-गाव-घर माणसं मनात एकच गर्दी करत आहेत.

कालिदासाला जाणवला होता तसा विरह मला या दाटून आलेल्या

दहा

सांजवेळी, या उंच ठिकाणी मेघांच्या जवळ, श्रावण महिन्यात बसलो असताना जाणवत आहे; आणि त्या आठवणीत बुडलो आहे.

हा जुलै महिन्याचा शेवटचा आठवडा. मृगादी पावसाची नक्षत्रं पडून गेली आहेत. पाऊस चांगलाच होऊन गेलाय. पावश्याचं 'पेर्ते व्हा पेर्ते व्हा' अजूनही सुरू आहे. खरं तर आता पेरण्या संपून धानं निघालेली असतील. माझ्या मनासमोर पेरणीपासून-सर्त्यापर्यंतचं संपूर्ण कृषिचित्र फिरत आहे. शेतात केलेली कामं, म्हटलेली गाणी आणि आणखी काय काय आठवतंय आणि ओळी सुचतायत

गुज बोल गुज बोले
गुज मिरोग बोलला
तेलपाणी लावा काव
आता तिफणी उचला

तिफण उचलली, पेरणी झाली. वाफधावन झाली. पाण्याच्या सुकाळानं गवत, धानं तरारून आलेली आहेत. मग पाखरं राखणं, मग चोर राखणं, मग सुगीची कामं, पाडणीची सुरवात, बोण्यासाठी उतू घालणं, रात पहाट करून सुगी उलथून टाकणं, मळणी, उधळणी, खळं मागणं आणि शेवटी सर्वा. असं संपूर्ण कृषीजीवनाचं चक्र माझ्या डोळ्यांसमोरून सरकत गेलं आणि संपूर्ण महिनाभर मी याच नादात घुमत राहिलो.

खळे दळे उरकले, झाला कुणबी मोकळा
चैती वाहाटूळीसंगं, उडू लागला पाचोळा

इथं मी थांबलो. 'पीकपाणी' च्या शेवटी आलेल्या तेरा कविता मी अशा झपाटलेल्या अवस्थेत महिन्याभरात लिहून काढल्या आणि माझं मलाच समाधान वाटू लागलं. फार दिवसांनंतर आपल्याकडं काहीतरी सांगण्यासारखं आहे आणि ते आपणाला व्यवस्थित सांगता येतं, यांची जाणीव झाली.

त्याआधी कुठं 'वंदे मातरम्'चा अनुवाद कर, कुठं पोवाडा लिही, कुठं भक्तिपर अभंग लिही, असं करत होतो. हा फालतूपणा आहे असं जाणवून गेल्या पाच वर्षांपासून म्हणजे संपूर्ण महाविद्यालयीन जीवनात तेही सोडून दिलं होतं आणि सपाटून नुस्तं वाचन केलं होतं. दलित-ग्रामीण साहित्य आणि माडगूळकर, पेंडसे, खानोलकर, नेमाडे संपूर्ण वाचून काढला होता. कारण केशव बा. वसेकर यांनी हे सगळं योजनापूर्वक करून घेतलं होतं. हे सगळं आणि प्रस्थापित मराठी कविता वाचून स्वतःचं लेखन सोडून दिलं होतं. आणि आत्ता पहिल्यांदा आपणाला काहीतरी लिहिता येतं, याचा आत्मविश्वास आला होता.

मग मला कायम त्या टेकडीवर जाऊन त्या शिळांवर बसण्याचा नादच लागला होता. कारण औरंगाबाद गुलमंडीवर जावं तर खिशात पैसे नसायचे. येताना वडिलांनी दिलेले सातशे रुपये वसतिगृह, मेस आणि इतर खर्चात संपून गेले होते. आणि असंही वाटाचयं की...

गुलमंडीवर गेलं तर
दिसतात कागद खाणाऱ्या गाई
अरे आपण काय द्यावेत
पोरींना धक्के
डोळ्यांसमोर येते
अर्ध नग्न माय बाई.

त्यापेक्षा गोगाबाबाची टेकडी खूप बर वाटायची. कुणाशी नटण्याची, दिसण्याची, पैशाची कशाचीच स्पर्धा नाही. आसपास ऐतिहासिक वैभव आणि समोर आख्खं शहर खेळण्यातल्यासारखं आपल्या पायाशी खेळत आहे. जणू काय या संपूर्ण शहराचे सूत्रधार आपण आहोत. रस्त्यानं चालणारी माणसं, वहानं, बसेस, रेल्वे, जणू आपल्याच हुकमानं चाललं आहे. खोट का होईना अहंकार कुरवाळता यायचा, वाटायचं

बारा

टेकडीवर बसून
आख्खं शहर खेळवू
तितकंच का होईना
तेव्हडच का होईना
सम्राट पद मिळवू.

माझ्या 'पीकपाणी'मधील सर्वच कवितांचा जन्म अशा अवस्थेत त्या टेकडीवर झाला असला तरी ते अर्थातच तात्कालीक कारण होतं. त्यापाठीमागे तोपर्यंत मी जगलेलं आयुष्य, माझ्यावर झालेले संस्कार आणि माझी वाचनाची पार्श्वभूमी, याच गोष्टी खऱ्या अर्थानं कारणीभूत होत्या.

माझं बालपण ज्या खेड्यात गेलं ते रिधोरा नावाचं गाव परभणी जिल्ह्यात वसमत तालुक्यातलं आहे. १९८० पर्यंत या गावात वीज, रस्ता वगैरे कुठलीच आधुनिक साधने नव्हती. तेव्हा पाचेकशे लोकवस्ती भरेल इतकं हे गाव लहान होतं. त्रि. ना. अत्र्यांच्या गावगाड्यातल्यासारखं पूर्णपणे पारंपरिक पद्धतीनं चालणारं गाव. मागच्या पुढच्या वर्गातल्या मुलांची मराठीची पुस्तकं आणि दुकानदारानं आणलेली पेपरांची रद्दी, एवढंच इथं वाचनाचं साधन. लोकसाहित्याची परंपरा मात्र भलतीच समृद्ध होती. आरत्या, भजनं आणि सणावारांची गाणी खूप खूप ऐकायला मिळायची. मी खूप खूप ऐकायचो. पाठ करायचो आणि लिहूनही ठेवायचो. पुढं माझ्या संग्रहातल्या जात्यावरच्या ओव्यांचं विस्तृत प्रस्तावनेसह एक संकलनही मी विद्यापीठाच्या अनुदानानं प्रकाशित केलं आहे. हे सगळं गावाचंच संचित आहे. जात्यावरची ओवी तर माझ्या तोंडातच बसलेली. म्हणूनच कादाचित माझ्या बहुतेक कविता ओवीतच अवरतात.

माझ्या आईचा स्वभाव तापट असला तरी सर्वच आयांसारखी ती आमच्यावर खूप माया करायची. आई-वडिलांचा संवाद मजेशीरच

तेरा

असायचा. त्या दोघांचं भांडण ऐकताना तर मला कायम कीर्तनात ऐकलेल्या जिजाबाई आणि तुकाराम महाराजांची आठवण व्हायची. आई कायम व्यवहाराला चिकटलेली तर वडील परोपकार आणि कीर्तीला महत्त्व देणारे. आई नेहमी म्हणायची,

राजबन्सी पाखरू
गुणाला देतंय सोभा
नारायणरावांच्या पाठीमागं परमेश्वर उभा.

आपल्या पाठीमागं परमेश्वर उभा आहे. यावर वडिलांचा पूर्ण विश्वास होता. आणि म्हणून ते इमानाला फार जपतात. पैशापेक्षा पत महत्त्वाची समजतात. आणि म्हणूनच अनेकदा लोकांकडून फसवलेही जातात. अशा वेळी आई तणतणते, रागावते. वडील मात्र आपण पापाचे सहभागी झालो नाही, या समाधानात पूर्ण सुखी असतात.

वडिलांना कायम वाटायचं की, आपल्या मुलांनी मोठं व्हावं. चारचौघांत नाव कमवावं. पंचवीस गावांत आपली मान वर करावी. लहानपणापासून पाहिलेल्या समवयस्क नरहर कुरूंदकरांसारखं आपल्याही मुलानं मोठ्या सभेत भाषण करावं. म्हणून मला ते सारखं प्रोत्साहन द्यायचे. पारावर पोथी वाचायला लावणं, चार-चौघात पोवाडे म्हणायला लावणं, आरत्या, गाणी पाठ करायला लावणं, असं ते नेहमी करायचे. त्यामुळेच कदाचित माझ्या मनात अक्षरांची हाव आणि व्यासपीठाचं आकर्षण निर्माण झालं असावं. वडिलांच्या बोलण्याचाही माझ्या मनावर आईच्या ओव्यांसारखाच परिणाम झाला असला पाहिजे. कारण ते फार काव्यात्म आणि प्रतिमांच्याच भाषेत बोलतात. शब्दशब्दाला म्हणी, वाक्प्रचार आणि तुकाराम त्यांच्या बोलण्यात असतो.

घरी उपासमार होईल इतकी गरिबी नसली तरी शेतमजूर लावूनच सगळी कामे करून घ्यावीत, इतकी तेव्हा श्रीमंतीही नव्हती. माझ्या सगळ्या बहिणीही तेव्हा लग्न होईपर्यंत आणि नंतर माहेरपणाला

आल्यावरही शेतात कामं करायच्या. त्यांच्यासोबत तेव्हा मीही राबायचो. त्यामुळे कष्ट इतके स्वाभाविक वाटतात, की त्याचं भांडवल करण्याचं मनातही येत नाही. माझ्या कवितेला मातीचा अस्सल गंध आहे असं जे समीक्षक म्हणतात, त्याचंही कदाचित हेच कारण असावं.

प्रत्यक्ष भोगलेलं आणि पाहिलेलं शेतकरी जीवनाचं वास्तव, हीच माझ्या कवितेची मुख्य भूमिका आहे, असं वाटतं. माझ्या कवितेची वैचारिक आणि भाषिक संस्काराची पार्श्वभूमी मी वर सांगितली आहेच. त्यातूनच माझ्या कवितेची भूमिका मला वाटतं नकळत स्पष्ट झाली आहेच. एका कवितेत मी म्हटले आहे...

माझ्या कवितेला यावा
शेणामातीचा दर्वळ
तिने करावी जतन
काट्याकुट्यात हिर्वळ

माझ्या कवितेने बोल
काळजातला बोलावा
उन्हाळ्यात खापराला
जसा असतो ओलावा

– इंद्रजित भालेराव

अनुक्रमणिका

माझ्या कवितेला यावा / १
गोऱ्या कुंभारानं केला / २
शिवारमाथा / ४
आलं आलं हे आभाळ / ५
नाही नदी नाही नाला / ६
मेरुमणी / ७
सुकलेल्या ओढ्यामध्ये / ८
रानभर माणसं / ९
आखारीतल्या मातीला / १०
कोळप्याची पास / ११
कोन गेला पुण्यवंत / १२
आस्सी आली लम्हाणीन / १३
आखाड कोपला बाई / १४
मला हवी आहे जमीन / १५
उदासल्या बेटावर / १६
व्हल्याच्या गळ्याला / १७
बारोमास खळाळणाऱ्या / १८
माझं तुटलं माहेर / १९
गाव पांढरी ओस झालीय / २०
गाडग्यात केला / २१
मायबाई बहिणाई / २२
गुज बोल गुज बोले / २३
सर्वांनाच बांधता यावेत / ३७
टीपा / ३८
ग्रामीण शब्दांचे अर्थ / ४०

माझ्या कवितेला यावा

माझ्या कवितेला यावा
शेना-मातिचा दर्वळ
तिने करावी जतन
काट्याकुट्यात हिर्वळ

माझ्या कवितेने बोल
काळजातला बोलावा
उन्हाळ्यात खापराला
जसा असतो ओलावा

असो काळा सावळाच
माझ्या कवितेचा रंग
गोऱ्यागोमट्या कपाळी
बुका अबिराच्या संगं

माझ्या कवितेचा हात
असो ओबड धोबड
नांगरल्या मातीवानी
व्हावं काळीज उघडं

खारी-आंबड-तुरट
माझ्या कवितेची चव
ऊर फोडूनिया माझा
तिनं पोटातून यावं

पीकपाणी । १

गोऱ्या कुंभारानं केला

१

गोऱ्या कुंभारानं केला । मातीमधी बाळकाला
तसा बाप माया करी । माझ्याहून मातीवरी
माझं ओलांडून प्रेत । आधी रुजविलं शेत
मग आला स्मशानात । काळ्याईचं गाणं गात

२

उभी वाळली धीपली । जुन्या खौंदाची खपली
तसा बाप हाडकुळा । मातीवानी काळा काळा
फाटकातुटका जरी । कुवतीनं लई भारी
उभारून दोन्ही हात । देतो जगा आशीर्वाद

३

गाव घालितो खेकाट्या । बाप राबतो मुकाट्या
दाती घाली दातखीळ । पाडी आतड्याला पीळ
रक्तशिरा आटलेल्या । मेचकीत गोठलेल्या
ऊर बसला कामानं । तरी धजतो जोमानं

४

बाप तुडवितो । शेता घालाया कुपाटे
टाच्या पंज्याला कुरूप । कसा टिकावा हुरूप
असा अंगोपांगी उले । आग देहभर सले
स्वतः उघडावाघडा । रानी वाजवी चौघडा

५

भिजून रुजली माती । कोंभ टरारला माथी
माथी टरारला कोंभ । का, गं, दैवशिनी, लांब?
का, गं, कावरीबावरी । माझ्या बापाच्या वावरी?
अशी उधळती कुठं । त्याचा माथा तुझी वाट

६

माझा बाप सत्त्वशील । सत्त्व मातीला वाहिलं
माती भाळली फळली । कधी उभी उफाळली
पक्का रेटला खेटला । नाही जाग्याच्या उठला
दुमतातिमता झाला । नांगराच्या फाळी गेला

पीकपाणी । ३

शिवार माथा

शिवारमाथा उभा जागता,
रखरखणारे ऊन
रान खळ्याचे गोल चोपडे
खोल मेढिची खूण
जिकडेतिकडे पाऊलवाटा
गाई-म्हशींची खुरं
मंदमंदल्या पाउलचाली,
झळ वाहे चौखुर
भेगाळून खपल्या झालेला,
कातळ खीळ फुटताना
कडक उन्हाने धडक पेटला
खडकही धीट उताना

आलं आलं हे आभाळ

आलं आलं हे आभाळ   नाही वारं-वावधान
वऱ्ही बसलंय् हाटून   खाली फुलोऱ्यात धान

आलं आलं हे आभाळ   आलं काळोख्या वानाचं
आता करील वाटोळं   फुलावरल्या धानाचं

आलं आलं हे आभाळ   आता पाडील इधीनं
जव्हा यावं तव्हा नाही   आलं एवढ्या बिगीनं

आलं आलं हे आभाळ   आता धुरडली तूर
माकोडला झाडपाला   खाली लागला उकीर

आलं आलं हे आभाळ   आलं सुगीच्या दिसांत
माती कालविली त्यानं   हातामधल्या घासात

आलं आलं हे आभाळ   काय म्हणू आता याला
काळतोंड्यानें लावली   कड आपली काठाला

आलं आलं हे आभाळ   काळा दगोड होवून
बसलंय उरावर   हात गळ्यावं ठिवून

पीकपाणी । ५

नाही नदी नाही नाला

नाही नदी, नाही नाला
नाही खळाळत पाणी
माझ्या गावच्या पाण्याची
आहे रीतच अडाणी

नाही मारीत मुसंडी
होऊनिया धबधबा
माझ्या गावच्या पाण्याचा
नाही कुठे दबदबा

नाही समुद्राची ओढ
नाही आकाशात झेप
नाही सोसवत त्याला
फार दूरवर खेप

नाही साचून झालेला
डोह गहिरा काळोखा
माझ्या गावच्या पाण्याला
नाही आळोखापिळोखा

माझ्या गावच्या पाण्याचे
खोल जमिनीत झरे
कुणी फाकवारे माती
झरे होतील पिसारे

६ । पीकपाणी

मेरुमणी

मेरूमणी
दुनियेची आखणी
झाली मधभागी
आवताचा
मधभाग दुनियेचा
रुमण्याच्या जागी

कुणब्यानं
हालक्या हातानं
दाबून रुमण्याला
पासंला
लावून कासंला
माती पान्हवली

निर्मीला
माणूस निर्मिकानं
दुनियेच्या पाठी
कुणब्यानं
आपुल्या हिमतीनं
पोसला पोटी

सुकलेल्या ओढ्यामध्ये

सुकलेल्या ओढ्यामध्ये वाळूत उन्हाच्या लाटा
पायात कोवळ्या जागी टोचला दाभणी काटा
बाभूळ उभी फंताडी पसरून फाटके हात
थकलेल्या मुळ्या निघाल्या बाहेर विचकुनी दात
गाऊली एक थकलेली शोधात साउलीच्या
वासरू मारितंय हुमन्या कासेत माउलीच्या
मोडून मेट बसलेल्या पायांत नुरले त्राण
नजरेत लमाणी तांडे मायदेश त्यांचा दूर
मायदेश अंतरलेल्या गाइचा सुटला धीर
ही इथे सांगता व्हावी हा कसा निर्दयी अंत
पोटातच गर्भ जळाला, कळ द्याया नुरे उसंत

रानभर माणसं

रानभर माणसं पांगल्यानंतरची... गावातली दुपार
खुडलेल्या पेंढीतल्या लुंगरासारखा एखादाचा माणूस चुकार
पोरंमाणसं रानाशाळातली उतरवतात अवघडलेली शिंकी
रान बकाबका जेवतं, गाव कोंबतं नाकात नसीची बुकी
पाजवीत तान्ह्याला भिंतीच्या सावलीत भिकारीण सुस्तावलेली
इर्जू टाकेस्तोवर दूध म्हातारी मांजराला धास्तावलेली
पाखरं रानभर चाऱ्यासाठी पांगलेली फोटेआड पिलं चिवचिवतात
सांदी कोपऱ्यातले सुस्त अजगर याच वेळी वळवळतात
गावखरातल्या डबक्यात फतकलून बसलेली डोबाड
थोबाड पाण्यात बुडवताना तोल सावरीत बगळ्याची घाई
टीबीवाला लखमन्ना अवताल भवताल पाहत पाहत
सरकतो, दरवाज्याला आगळ सरकावून
बायको झोपलेल्या आतल्या घरात

आखारीतल्या मातीला

आखारितल्या मातीला नसतो गाव
तिच्यावर नसते कुणाची मालकी
घर लिपलेल्या मातीइतकी
तिची पत नसते हलकी

आखराची माती
धुंदळून गाळ
विश्वासाचा मात्र
हिरवा माळ

रानशेणीचं दैव
आखरावर आटतंय
वळशिणीचा आनंद
हुडव्यात दाटतंय

कोळप्याची पास

कोळप्याची पास
तासा तासांतून मोकळी फिरते
आपलं काम दुरूनच करते
खुरपं मात्रं भीड मोडतंय
अन् बुडाला भिडतंय

देवघासाआधी चिमणघास
हा रानाचा वसा असतो
माणसापेक्षा केव्हाही त्याचा
चिमण्या पाखरांवरच भरवसा असतो

कोंग्या आपल्या थव्या थव्यानं
सगळं रान दणाणून सोडतात
होले मात्रं मोकळ्या आभाळात
एकटे-दुकटे संथ उडतात

कोन गेला पुण्यवंत

कोन गेला पुन्यवंत माय धुनूकारलं रान
वाऱ्यानं या लावलंय आवकाळी येडं गानं

कोन गेला पुन्यवंत माय कापली धरनी
धरनीवं चालला तो जल्मभर आनवानी

कोन गेला पुन्यवंत माय गाव चूलबंद
रडू रडू गावकरी डोळे झाले लालबुंद

कोन गेला पुन्यवंत माय गावाचा कैवारी
कसा निकरट देव नेलं उन्हाच्या दुपारी

कोन गेला पुन्यवंत माय रितं झालं गाव
भरल्या गावात आता नुस्ते भलेभले राव

कोन गेला पुन्यवंत माय सोडून ही कुडी
त्याच्या गोडपनामुळं त्याची देवाला आवडी

कोन गेला पुन्यवंत झाडाझुडपाला दुःख
भर दिवसा दाटला गावशिवारी काळोख

१२ । पीकपाणी

आस्सी आली लम्हाणीन

आस्सी आली लम्हानीन
जशा मारितो टोचन्या

झट्या झोंबत झाडाला
राघू पिकल्या पाडाला

आस्सी आली लम्हानीन
तिची बहकली गाय

काय चितून मनात
मारयेलाच्या बनात

आस्सी आली लम्हानीन
तिन्ही ताळाचा उजेड

तिच्या काचोळीला ऐना
तिच्या चोळीत माएना

आस्सी आली लम्हानीन
काठोकाठ भरलेली

कशी मनावं रानटी
खसखसीनं कानोटी

आस्सी आली लम्हानीन
हेलताडली दुनिया

तिची हांबरली गाय
ठेचाळले दोन्ही पाय

आखाड कोपला बाई

आखाडा कोपला बाई, गं,
रानात झडपल्या गाई
सळकावर सळकी धारा, गं,
पाण्याच्या झाल्या गारा
आखरात गुराखी ओले, गं,
कावरेबावरे झाले
आभाळ वाकली फांदी, गं,
तिफणीचे सुटले नंदी
वावुरात झाला डेरा, गं,
मिरगाचा चुकला पेरा

मला हवी आहे जमीन

मला हवी आहे जमीन, काळी काळी
रोज सकाळी माझा बाप जिला लावतो भाळी
मला हवी आहे जमीन,
माझी आई जिला घालते साष्टांग दंडवत
आणि जिच्या शपथांवर
गणगोत गळा गहाण ठेवतं
मला हवी आहे जमीन
'माती धन अस्तंय' म्हणून
मला हवी आहे जमीन
'डफातून थाप उडावी,
तसे पिकातून हेलकावे' उठवणारी
मला हवी आहे जमीन
'पाणी भिजलं ढेकूळ लोणी' वाटणारी
मला जमीन हवी आहे हसायला जगायला
मला हवी आहे जमीन डोळे भरून बघायला
मला जमिनीचे डोहाळे लागलेत
जमीन माझ्या कुशीत आहे
माझी कूस फाटते आहे, तरीही मी खुशीत आहे
अनंत कोटी ब्रह्मांडनायक जमीन माझ्या वीतभर उदरात आहे
भीमासह इंद्राचा ऐरावत द्रौपदीच्या पदरात आहे
मी भूमिपुत्र आणि भूमिपिताही
मीच उभा आगडोंब आणि भूमिकन्या सीताही

पीकपाणी । १५

उदासल्या बेटावर

उदासल्या बेटावर दुरदेशी झाली भेट
एकमेकाच्या कुशीत शिरलोत काठोकाठ
त्याच्या सजनपणानं दुरदेशी, माय, झाला
माय, तुव्हा लाल कसा आज परायाचा झाला?

एका गाईच्या कासंला पेला दोघानंबी पान्हा
संगमंग झोपतानी जन्म आठवला तान्हा
पितापिता वासरानं ढुसा गाईलाच देला
माय तुव्हा लाल कसा आज परायाचा झाला?

दुरदेशी रानीवनी त्यानं सोडलिया साथ
एका सागाच्या बाजचा आसा मोडलाया गात
आता कसं मनू तुला बस गूज बोलायाला
माय, तुव्हा लाल कसा आज परायाचा झाला?

आसं कशामुळं झालं, तुला सांगू तरी कसं?
त्याला मला दोघालाबी एका कणसाचं पिसं
दाणे लुचता लुचता गेलं कणीस बाजूला
माय, तुव्हा लाल कसा आज परायाचा झाला?

१६ । पीकपाणी

व्हल्याच्या गळ्याला

व्हल्याच्या गळ्याला सुटली खाज,
सुटली खाज
पखात शिरला सुगीचा माज,
सुगीचा माज
एका दमात गाठू आभाळ,
गाठू आभाळ
तोडून टाकू मातीची नाळ,
मातीची नाळ
झुडपामधून घेतली भेरी,
घेतली भेरी
वरचं आभाळ मायना उरी
मायना उरी
आभाळ थुकलं इत्तीवर
धडक घेतली भित्तीवर

बारोमास खळाळणाऱ्या

बारोमास खळाळणाऱ्या दांडातून
आम्ही उकललो नाहीत
केळीच्या गाभ्यासारखे

आम्ही वाढलोत
वर्षानुवर्षं अवर्षणग्रस्त
भागातल्या झुडपासारखे

पण, कृपया
आम्हाला खुरटे म्हणू नका!

कारण
आम्ही तुमच्यापेक्षा
अधिक उन्हाळे-पावसाळे पाहिलेत

माझं तुटलं माहेर

माझं तुटलं माहेर, माय माहेराला गेली
जोतं चढायाला गेलो, ठेच पायरी लागली

माझं तुटलं माहेर, माझा उदासला बाप
झाला बैरागी दिवाना पाहून ही कापाकाप

माझं तुटलं माहेर सखखे भाऊ पक्के वैरी
थाटल्याता आंबराया माझी नाही एक कैरी

माझं तुटलं माहेर सया लेकिच्या माहेरा
झाल्या हाक्काच्या बिचाऱ्या लेकी जोडाच्या आहेरा

माझं तुटलं माहेर गणगोत गोतावळा
गारगार सावलीचा आता झालाय सापळा

माझं तुटलं माहेर आता आहेर कुठला
भर मोसमात थवा कुरकुंज्याचा उठला

माझं काळीज मासोळी होतं पाण्यात झाकलं
माझं तुटलं माहेर पाणी तळाचं फाकलं

गाव पांढरी ओस झालीय

गाव पांढरी ओस झालीय
गावावरून फिरताहेत गाढवांचे नांगर
आतडी गोळा करून कुंधा काढणारे बैल
पाय खोरताहेत होऊन डंगर

दिवसा दुपारी फिरताहेत लांडगे
शुभ्र शुभ्र खळणे
करकरताहेत त्यांच्या भीतीनं
लेकराबाळांचे पाळणे

बेशरमीनं वेढलाय गाव
गावामध्येही रुजलंय बुरूजात
आज, नाहीतर उद्या तरी
भिडणार आहेत त्यांचे हाताला हात

मग येणार नाही मावळ्यांचं राज्य
लांडगे जातील माजत
जरी आला कुठला राजा
सोन्या-चांदीचे नांगर घेऊन वाजत गाजत

गाडग्यात केला

गाडग्यात केला । ब्रह्मांडाचा काला
खापराने प्याला । तत्त्वज्ञान
जाणिलास तुवा । एक नवा धर्म
माणसाचे वर्म । बीज काय
गोपालाने तुला । दिले होते एक
लिहून पुस्तक । सृष्टीरूप
तुझा अभिनय । तुझा आविर्भाव
काळजाची धाव । मातीकडे
घालोनिया टाके । सांधली चिंधोटी
गोधड्याची दुटी । बुवा झाली
माणसाच्या लाटा । बांधोनी खराटा
झाडल्यास वाटा । मनातल्या
घालोनी रांगोळी । पंगतीला पोळी
हातावर शिळी । स्वतःसाठी
शेव की कऱ्हवं । आवताची धाव
कुणब्याचा ठाव । जाणलास
मेटावर तुवा । तासून समाज
आणलीस ओज । इखणाला
देवोनिया टाळी । उठविले रान
ज्याचे त्याला भान । येण्यासाठी

पीकपाणी । २१

मायबाई बहिणाई

मायबाई बहिणाई
देखिंसनी जयगाव
तुहं घरोटं देखलं
मन माह हारिखलं

तुला माणसाचं येळं
व्हइसनी पांडुरंग
देव तठीच दिसला
पीक रानात हासला

हिरिताचं देनंघेनं
काय, कशाले म्हणावं,
खरं तुला समजलं
एका तुला उमजलं

मना जीवा संसाराची
लपलेली कर्मरेखा
तुला गुपितं कळाली
तुझ्या दैवानं मिळाली

पोया आखजी न् गुढी
परि तुझ्या गाण्यामंधी
व्हते आम्हालाबी ठावं
त्याला येगळीच चव

माय खोकली, गोसाई,
सदा जगाच्या कारणी
योगी जयराम बुवा
त्यांचा चंदनी झिजवा

काया काया शेतामधी
पाखराच्या बोलीसह
काय काय जे घडलं
तुला माहीत पडलं

तुला माणुसकी ठावं
गाणं तुहं नित घेई
तुला माणसाची हाव
माह्या हिरिताचा ठाव

गुज बोल गुज बोले

एक

गुज बोल गुज बोले
तेलपाणी लावा काव
तिफणीला घाला साज
लया दिसाची घरात

तिफणीला घाला साज
भाकरीला लागो कुखू
गर्दाबाजलं आभाळ
बइलाच्या पोटाखाली

आस्सी लाजू नको, येडे,
बस खेटून जवळ
पावसानं केला कोट
हाय माय बाळापासी

ऊठ आता, गेलं पाणी,
आडतास घेवू आज

गुज मीरोग बोलला
आता तिफणी उचला
तिला नवरी नटवा
तिला सजन भेटवा

तुम्ही बैराग भोगावा
रात शेतीच जागवा
पाण्यापावसाचा जोर
घेऊ बसाया आधार

भिजू नको पावसात
नाही कोणाला दिसत
दिसंना की झाडंझुडं
नको करू अवघड

लावू नगंस उशीर
उद्या कशाला चक्कर

दोन

आता पेरणी सरली
बइलाचं पिर्थमीचं
साती आसरांचा ढव्ह
पाचा ढेकळाचा देव
वाफ धावणीला चल
तिफणीचं मानू मोल
उंबरजाळीच्या ढेल्यात
चुना लावून उन्हात

ढेकळाचा रानदेव
सांज वाढू दे रानाचं
रासनकऱ्याला आहेर
सवाशीन तिफणीला
त्याला सांज्याचा निवद
यंदा नको वदवद
सुताराला कुडतं-टोपी
खणी-नारेळाची वटी

पेरलेल्या ढेकळाच्या
सालोसालची आबादी
बारा वर्सानं पह्यली
सादलतं महापूर
रानी बसली पंगत
आले मथारे सांगत
यंदा मिर्गी पेर झाली
नाहीतर कोण वाली?

चाडं नळं उतरून
ताशी लागल्या धानात
काव जुवाची उडंल
आता कोळपं बुडलं

२४ । पीकपाणी

तीन

सोंग झालं, सोंग देवा
आसं कसं झालं?
पावशानं नदीमधी
पाणी कव्हा पेलं
तांब्या उबडा लावलं
रुचकीचं पान
देवळात नाही गेला
मधीच सांडून

बेंडकी बांधली धोंडी
उबडी काठीला
धावा तिनं केला
नाही जाग्याचा उठला
पेरलेला दाना दाना
पाखरानं नेला
आंबोणाला तरी तुवा
वला नाही केला

पाणी ठिवून पोटात
पांथरी व्हईल
खाली सोड, येड्या
मही आपदा जाईल
चाऱ्यासटी बईलानं
व्हट भोईला घासले
नाही गवताचा पत्ता
रघताळून काचले

त्याचा सराप लागंल,
मेघराया, तुला
असा उतू मातू नको
सोड दोरा ढिला
झालं उसाचं चिपाड
मोळ झाली साळ
वला डोंगर पेटला
भडकला जाळ

पीकपाणी । २५

चार

हाळदीची झाली केळ, केळ गेली गगनाला
वाघजाळी जणू ऊस वाढलाय् भाला भाला
तूर आस्सी झोपळली जणू वाढली बाभूळ
कापसाचं बोंड बोंड जणू जांबच गाभूळ

साळ आली उरीउरी गुडघ्याला भोईमूग
घोना घोना झाला घोस असा डवरला मूग
तीळ कऱ्हाळ काठानं धुरा तांबूस पिवळा
मधी बोंडा चवळीच्या पाट्याला गं सोनकळा

इरवाडाची आंबाडी बुड मुठीत मावंना
सूर्यफुलाच्या वझ्यानं खाली घातल्यात माना
झाली मिरगी पेरनी पुढी आठोडी पाऊस
पाणी घेऊ घेऊ फिटं यंदा रानाची हाऊस

मेघराया बरसला त्याच्या आमच्या कलानं
नाही कोल्डी नाही सल्डी धुऱ्याधुऱ्याची पलान

२६ । पीकपाणी

पाच

नदीकाठचं वावर
बाभळीला खोपे दाट
इथं उठ, तिथं बस
पाणी पेया नदी खाली

चिमण्याची झाली सोय
एका हाता गोफन
गोफन फिरवू फिरवू
गळा बसला दबून

अवघ्या शिवारात कोण
चिमण्यांच्या चोचीसटी
तामटाच्या आधी येणं
जीव तोडून इतका

बाई, चिमणे, थकले
तुझ्या खोप्यातले पिल्ले

बाभूळ बनाच्या शेजारी
चिमण्याचा ऊत भारी
कव्हा धान कव्हा बन
वऱ्ही खोप्यात झुलनं

माझ्या जीवा लागं घोर
एका हातात भाकर
हातातलं गेलं बळ
बूड डब्याचं फुटलं

नाही जेवारी पेरली
जागा एकच उरली
परतणं अंधारात
किती येईल पदरात

नको सत्व पाहू असं
माझ्या घरातबी हात

सहा

सुगी आली भरामधी दानादाना आटरला
जागल्याचा जीव कसा गारव्यानं दाठरला
तनसाच्या गादीवर धुरा घेतला उशाला
कुई कुई कुतरंबी गोधड्याच्या आडोशाला

आली शिवंवून कानी कोल्हेकुई माणसाची
जीव लावून करीतो जपणूक कणसाची
जरा लागता सुगावा कान घेतात कानोसा
झोप आधर निधर काय कोणाचा भरोसा

टिवटीवीच्या आंड्यानं झाली झोप टिवीटीवी
काही फरकच नाही जाग-नीज दोन्हीमधी
जागल्यानं हाक देली खुणाखुणी खोकाखोकी
धुराधुरा झाला चेती बिडीकाडी चेकमकी

भेव सरलं चोराचं आलं तांबट फुटाया
पाणी भराया जावावं धनी येई उठवाया

सात

कुरकुंज्यावानी
उभ्या केल्या खोप्या
नदीच्या वाळूत इऱ्हे
दगडाच्या चुलीसटी

गुढेकारी झाले गोळा
घोंगत्याच्या रानोमाळा
पाण्याचे पाडले
कुपाटे मोडले

वाऱ्याच्या झोकानं
परोळाच्या मधी
नवखा दिवस
डोळाच लवंना

चुली पेटल्या जपून
केल्या भाकरी थापून
जागा नवखी नवखी
याद गावाची सारखी

हंगाम उद्याला
घाण्याला जुपून
कळवा ठिकाणा
साळा सोडू नको

सुरू पाडनी व्हयाची
मान खाली घालायची
घाला कारट माईला
मना, संभाळ बाईला

गारवा वाढला
झोपा आता जरा

आली सरत रात, रं
उद्या जिवाचं मातरं

पीकपाणी । २९

आठ

उतु गेलं गंगंकडं
सांगतंय हासूहासू
शिवाराला दहीभात
केली पुंजा ढेकळाची

उतु घातलेलं बोनं
वटीमधी घ्या हो, सोनं
घास आधी शिपनीला
मंग सुरू कापनीला

पाचजणी पाच पाथी
लक्षीमीनं पाचवट्यांमधी
कळसानं केला जोर
रास मोजता मोजता

असा पाचोंदा धरला
कळस भरला
खळं पुरंना राशीला
धनी आलाय फेसाला

गाड्या भरूभरू आल्या
तुझ्या पायात लक्षीमी
घर भरलं भरलं
झालं घराचं आंबांर

बइलाचे पाय धुते
घासपोळी तुला देते
नाही जागा बसायला
रान आलं इसाव्याला

उतू कशात मावंना
कव्हा सोनं, कव्हा माती

आसं उतू आलं शेत
दोन्ही घेते पदरात

नऊ

उठा उठा रे, पोर हो
शेजाऱ्यानं कव्हासीक
लई झोपाळू शंकऱ्या
बिनगीचं पाणी टाका

मोठी चान्नी वर आली
पात शेवटाला नेली
त्याला आना भानावर
तोंडावर गारगार

त्याला तुडवा पायानं
आला बईल, मनावं
डोळे झाकून बसला
जाळ इझवा पोळवा

लावा टाच खेटराची
कान्ही सुटून खुट्याची
जाळापसी नाही भेव
आना जरा त्याला चेव

इथं मराया, मनावं
वाट पाहत कामाची
घाला फाटकं आंगडं
तळहात पाहू नका

नाही येळ खिनभर
धान उभं रानभर
कंबरला बांधा पोतं
चोंभळल्यानं दुखतं

शिराळाचं काम सोपं
दोपारीला उन्हापारी

लावा पाथा घाई करा
अधिकाचं बसु जरा

पीकपाणी । ३१

दहा

खोळ मुठ नळ्यातुन
मातीसंग रुजतानी
नाही दयामाया काही
एका एकाला तोडून

चाऱ्ही पडले जोडीनं
चाऱ्ही वाढले गोडीनं
पुढी धन्याला राहिली
त्यानं परीक्षा पाहिली

आधी वाळकाची बारी
कडू गोड पाह्यासटी
घाटा घाटा सुकलेला
त्याचे कडप घातले

ज्यानं त्यानं लाथाळलं
देठोदेठी डासाळलं
हारबरा झाला हुळा
खळ्यामधी केला गोळा

गोंडरात काळी झाली
गेले सगळे सोडून
सगळ्याची बेइमानी
काटा काटा झालं आंग

आली जेवारी पाडाया
लागं करडी रडाया
तिच्या जिवाला लागली
आसी टोचाया लागली

तव्हापासून कल्डीचे
फिसकारल्या बोंडाच्या

उभे रागेजून पाटे
आंगोपांगी उभे काटे

३२ । पीकपाणी

अकरा

सेजीबाई, मह्यासटी
खळं पुंजाया करिते
भीडासुडी खुडायला
आधी नाव घ्या, सया, हो

वाटत व्हती खापर कुटी
वटी भर कन्स देते
घालू नका, हो, मुंगसे
कसे फेडू उपकार

शेन पडूद्या मदनी
दूर जाइन पळून
सुड्या सरल्या दोन्हीबी
आता सुटतील दाने

गेले थकून फिरून
आलं खळं मदनाला
निवदाला सांगा गाव
राती जाग, झोपू नको

सैपाकाच्या दुरडीत
चहासटी गूळपत्ती

ताक राहू दे सगळं
आज घुगऱ्या आंबील
या गं, या गं आयाबाया
तोंड भरून बोलाया

आसं नाव घेऊ नका
आधी सांगते बरं का
रास बैलाला खाऊ द्या
त्याचे कष्ट रातंदिह्या

लावा शेपटीचे केस
इडा पिडा आपयेस
परसड गोल झाली
बइलाच्या पायांखाली

बैल सुकऱ्या पाखऱ्या
झाले कणीस खाकऱ्या
राती जागर असू द्या
आज मदनाच्या धन्या

देते सगळं धाडून
दूध मोरवं भरून

बारा

मदनाचे वाटेकरी
उभे खळ्याच्या पाळूला
पाणी पळालं तोंडाचं
कुंभाराचा कोरा डेरा

बलुत्याचे धनी बारा
भटजीच्या येरझारा
उन्हाळ्याचा जीव लाही
जीव गार गार राही

माळनीच्या माळव्यानं
भुरकीचा घास सुका
सोनाराच्या हातनीनं
गोंडराचा ढीग न्यारा

चव भाकरीला आली
नेला ढकलीत खाली
आसा फिरविला हात
नाही खडा मदनात

उधळायचे टोपले
मांग करील चांगले
उपकार सगळ्याचे
येसकऱ्यानं राखलं

खीर खीरे कैकाड्याचे
दानेदुने मातऱ्याचे
आणखीन कोण कोण?
सुगीमधी उभं धान

मदनाचा सुभलाभ
ज्याचं त्याला पव्हचू द्या

आधी राशीच्या शेजारी
जरी धन्याची बेजारी

तेरा

मदनाचे वाटेकरी
उभे खळ्याच्या पाळूला
पाणी पळालं तोंडाचं
कुंभाराचा कोरा डेरा

बलुत्याचे धनी बारा
भटजीच्या येरझारा
उन्हाळ्याचा जीव लाही
जीव गार गार राही

माळनीच्या माळव्यानं
भूरकीचा घास सुका
सोनाराच्या हातनीनं
गोंडराचा ढीग न्यारा

चव भाकरीला आली
नेला ढकलीत खाली
आसा फिरविला हात
नाही खडा मदनात

उढळायचे टोपले
मांग करील चांगले
उपकार सगळ्याचे
येसकऱ्यानं राखलं
मदनाचा सुभलाभ
ज्याचं त्याला पव्हचू द्या

खीर खीरे कैकाड्याचे
दानेनुने मातऱ्याचे
आणखीन कोण कोण?
सुगीमधी उभं धान
आधी राशीच्या शेजारी
जरी धन्याची बेजारी

चौदा

खळेदळे उरकले
झाला कुणबी मोकळा
चैती वाहाटुळीसंग
उडू लागला पाचोळा
झाला कुणबी मोकळा
मजुराला हावधाव
काम नाही शेतामधी
काय युगत करावं

सुगीमधली कमाई
आता जपून ठिवावं
आता बसून खाल्ल्यावं
सुगीमधी काय खावं
पाहू लागल्या सरवा
बाया रानोमाळ झाल्या
उंदराच्या भोकाडात
बंब्या उकरू लागल्या

वंब्या संग उंदराचे
पिले उघडे पडले
लोंबवीत चोचीमधी
वऱ्ही कावळे उडाल
उंदरीनं रानोमाळ
करू लागली चीऽ चीऽ
आली घारीची झडप
मिटवली तिची चुची

व्हल्या, चिमण्या, साळोंक्या
दान्या दान्याला भिडल्या
सरवा पहानारनीनं
माती फेकली, उडाल्या
उमगल्या रानी ढोरं
चरू लागले मोकळे
लेकराच्या मुटकुळ्या
झोंबू लागले कावळे

गेली कावळे हानाया
देला सरवा सोडून
सरव्यात गेली गाय
गेलं टोपलं मोडून

सर्वांनाच बांधता यावेत

सर्वांनाच बांधता यावेत चौसोपी वाडे आणि लादन्यांची घरं
हे इथल्या निवाऱ्याच्या गरजेचं स्थापत्य आहे
सर्वांनाच मिळावं खायला दही-दुध-तूप-लोणी
हाळसमान्या कष्टाच्या शरीरशास्त्राचं ते अगत्य आहे

बंगइवर बसावं म्हातारीनं झुलत राणीसारखं निवांत
घर भरलेलं असावं तिच्याच खोड-पिट्या लेकराबाळांनी
जरी थकलेली असली काळी कपिला गाय गोठ्यात बसलेली,
तरी गोठा भरलेला असावा तिच्याच बाळसेदार वासरांनी

सगळं असावं पूर्वीचंच, जुनं ते सोनं, म्हणून
फक्त नसावी गावाला तटबंदी किंवा गावकूस आत बाहेर
जुन्या-नव्या सगळ्याच सासुरवासिनींच्यासाठी
इथं तिथं सगळीकडं सारखंच व्हावं सासर-माहेर

❖

टीपा

शेवटची दीर्घ कविता 'हंगाम' या नावाने प्रथम 'समस्या दिवाळी ८६'मध्ये प्रसिद्ध झाली. तेव्हा तिच्यातील लोकसंकेताच्या खुलासेवजा टीपा सोबत दिल्या होत्या. कविता समजण्यासाठी अनेकांना त्या उपयुक्त वाटल्या. म्हणून इथेही त्या देत आहे.

भाकरीला लागो कुखू : पूर्वी जेव्हा पती-पत्नी, सासू-सासऱ्यांसमोर एक दुसऱ्यांशी बोलत नसत, तेव्हा पतीला आज झोपायला घरी या, असं सुचवायचं असेल, तर सकाळच्या न्याहारीला शेतावर जी भाकरी बांधून दिली जायची, तिला कुंकू लावून स्त्रिया पाठवत असत आणि पती काय ते समजत असे हा पहिला संकेत; आणि पेरणी सुरू असताना तिफण नवरी व पेरणारा तिचा भाऊ असतो. त्याने पेरणी संपेपर्यंत स्त्रीसंग करू नये म्हणून 'बैराग भोगावा' हा दुसरा संकेत.

वाफ धावन : हा एक कृतज्ञतेचा प्रसंग असतो. पेरणी संपल्यावर शेवटच्या तासात तिफण उभी करून आणि पाच मातीची ढेकळं चुन्यानं रंगवून, त्यांची हळद- कुंकू लावून पूजा केली जाते आणि पेरणीत मदतीला आलेल्या सर्वांना जेवण दिलं जातं. त्यांचे उपकार मानले जातात. सुतार आणि तिफणीची ओटी भरली जाते आणि उन्हात उघड्या रानात 'सांज्या' म्हणजे ज्वारी भरडून शिजवलेला पदार्थ खाल्ला जातो. 'सांज' या शब्दाला 'बरकत', 'यश' असेही अर्थ असल्यामुळे 'सांज वाढू दे रानाचं, यंदा नको वदवद.'

तांब्या उबडा : तांब्या पाण्यानं भरून वर रुईचं पान ठेवलं जातं. त्याची पूजा करून तो तांब्या मुलाच्या हातानं मंदिरात नेला जातो. तिथपर्यंत उपडा करूनही सांडला नाही व पाणी मारुतीच्या अंगावर पडलं, तर पाऊस येतो, ही कल्पना.

बेंडकी बांधली : बेंडकी काठीला आडवी बांधून 'धोंडी, बाई,

धोंडी' खेळलं जातं. बेडकी ओरडते. देवाचा धावा करते. देव माणसाचं ऐकत नाही. परंतु प्राण्याचं ऐकतो, अशी कल्पना.

टिवटिवीच्या आंड्यानं : टिटवी रात्री झोपताना पायात खडा घेऊन झोपते. गुंगी आली म्हणजे तिला जाग येते. कारण पायातला खडा खाली पडतो आणि आवाज होतो. ती पुन्हा दुसरा खडा पायात घेऊन घरट्यावर उभी राहते. टिटवीचे घरटे जमिनीवरच असते आणि ते खड्यांचेच बनवलेले असते. टिटवीचे अंडे खाऊन आपणही तिच्यासारखीच सावध झोप प्राप्त करून घेऊ, असा समज. म्हणून सुगीत जागरण करणारे टिटवीची अंडी मुद्दाम मिळवून खातात.

कुरकुंज्या : सुगीत विना आमंत्रणाचे थव्याथव्याने येणारे स्थलांतरित पक्षी. त्यांचे देशी नाव कुरकुंज्या. हे नाव त्यांच्या आवाजावरून पडलं असावं. त्यांचं हजारोंच्या थव्यानं उंच आकाशातून विशिष्ट आवाज करत फिरणं मोठं मनोहारी असतं.

बोणं : नैवेद्य, प्रत्यक्ष कापणीला सुरुवात करण्यापूर्वी रानात ढेकळाची पूजा करून तिथेच दुधात भात शिजवला जातो, आणि रानभर शिंपला जातो. शिजताना तो भात गंगेकडे उतू गेला, तर सुगी भरमाप येते, असा समज.

वाटत व्हती खापरकुटी : खुडणी सुरू करण्यापूर्वी खळ्याची पूजा करून स्त्रिया ऐन्यातले उखाणे घेतात. खळ्याची मालकीण कंजूष असेल. तर खोडसाळपणे वरचा उखाणा घेतला जातो. त्या भीतीनं मालकीण अगोदरच ओटीभर कणसं देण्याचं कबूल करते. पूर्ण उखाणा असा 'वाटत व्हती खापरकुटी, नाव घे म्हणनारणीचं ढोपरफुटी.'

लावा शेपटीचे केस : बैलाचं शेण मदनात पडून त्याला शेपटीचे केस लावले तर चेटकी होत नाही, ही कल्पना पहिली; आणि मळणी सुरू असताना बैलाला मुंगसे घालीत नाहीत, कारण त्यामुळे धान कमी होते, असा समज. जास्त धान खाणारा बैल फुगू नये म्हणून तो लवकर सोडतात. परंतु त्याला मुंगसे घालीत नाहीत.

❖

ग्रामीण शब्दांचे अर्थ

कविता - २
खेकाट्या - बिनकामाचा धिंगाणा
मुकाट्या - गुपचूप
खीळ घालणे - बंद करणे, तोंडाची गच्च मिठी मारणे.
ऊर बसला - छाती दबून गेली
धजतो - पुढे सरकतो
दैवसीन - दैव देणारी, लक्ष्मी
भाळली - प्रसन्न झाली
फळली - फलदायी ठरली
उफाळली - अंगावर धावून आली
रेटला-खेटला - संघर्ष देत टिकून राहिला
दुमता-तिमता - विपन्नावस्था

कविता - ३
मेड - खळ्याच्या मध्यभागी रोवलेल लाकूड
चौखूर - चारही पायांनी, वेगाने

कविता - ९
रानशेणी - रानात वाळलेली गोवरी
वळशेणी - हाताने थापलेली गोवरी

कविता - १३
झडपल्या - जोराच्या पावसानं भिजल्या
सळक - चळक
डेरा - खूप चिखल

४० । **पीकपाणी**

कविता - १६

भेरी - भरारी

मायंना - मावेना

सांजं - बरकत

कविता - १९

डंगर - म्हातारे

खळणे - खळीचे

बेशरम-वनस्पती - विषारी

वदवद - ओढताण

रासनकरी - औतकरी

कुडतं - अंगरखा

सवाशिनी - सुहशिणी

वटी - ओटी

आबादी - पिकलेली सुगी

मथारे - म्हातारे

सादलंतं - साधेल तर

वाली - तारणारा

चाडं-नळं - पेरण्याची साधनं

कोळपं - सोगणीचं साधन

घोना - फुलाचा तुरा

उबडी - उल्टी

आंबोण - पहिली भिजवाणी

इऱ्हे - झरे

परोळ - मातीची परात,

घणा - घाणा

बोणं - नैवेद्यासाठी शिजवलेला भात

पाचोंदा - पाच जणांचा समूह

(शुभ समजला जातो)

रास - खळ्यातला धान्याचा ढीग

आंबार - धान्य साठवायची खास जागा

कव्हासीक - केव्हा

पात - ओळ
बिनगी - मातीची घागर
तोंडावर - चेहऱ्यावर
कान्ही - दोरी
भेव - भय
चेव - जाग
खिनभर - क्षणभर
चोंभाळणे - कुरवाळणे

कविता - २०
शेव की कऱ्हव - योग्य, की अयोग्य
ठाव - मुख्य उद्देश
मेट - सुताराची काम करण्याची जागा
ओज - पाहिजे तसे, नेमके

कविता - २१
घरोटं - जातं
हारिखलं - हर्षभरित झालं
येळं - वेड
तठीच - तिथेच
हिरिताचं - ह्रदयाचं
पोया - पोळा
ठावं - माहिती.

कविता - २२
गूज - हितगूज
मीरोग - मृग
काव- गेरू- रंग
सजन- साजन
कुखू - कुंकू
गर्दाबाज - खूप भरून आलेले

४२ । पीकपाणी

खेटून - चिकटून
कोट - आच्छादन
आडतास - शेवटी घ्यावयाचे आडवे तास
वाफधावन - कृषीपूजेचा एक विधी
पिर्थमी - पृथ्वी
मोल - किंमत
ढव्हं - डोह
ढेला - तुकडा (शेताचा)
सांज्या - ज्वारी भरडून केलेला पदार्थ
यंदा - या वर्षी
शिराळ - सावली (सूर्याला ढग आडवा घेऊन तयार झालेली)
चाऱ्ही - चारही
संग - सोबत
डासाळणे - उष्टे करणे
हुळा - हरभऱ्याचा हुरडा
कडप - ढीग
गोंडर - ज्वारीचं कवच
पाटे-पाथ- ओळ
सगळं- संपूर्ण
आंबील - ताका-पिठाचा पदार्थ
सूडी - पेंढ्याचा ढीग
मुंगसे - बैलांचे तोंड बांधण्याचे साधन
परसड - कणसं खुडलेल्या पेंढ्यांचा ढीग
खाकऱ्या - दाणे निघालेले कणीस
धाडून - पाठवून
मोरवं - मातीचं गाडगं
पाळू- गोल बाजू,काठ
माळवं - भाजीपाला
भुरकी - कोरडी चटणी
हातनी - धान्यातून कचरा बाहेर काढायची झाडणी
खिरखिरे - बीन सारवलेले

पीकपाणी । ४३

मातरं - मातेरं
वाहाटूळ - वावटळ
हावधाव - ओढाताण
युगत - युक्ती
सरवा - शेतात मागे चुकून राहिलेले धान्य
भोकाड - छिद्र, बीळ
वंब्या - ओंब्या
उमगलेल्या - सुगीनंतरच्या मोकळ्या रानात

❖

www.ingramcontent.com/pod-product-compliance
Lightning Source LLC
LaVergne TN
LVHW090007230825
819400LV00031B/583